இதய பேரிகை

கலைஞர் மு. கருணாநிதி

Title: Idhaya Perigai

Author: M. Karunanidhi

Language: Tamil

First Published on: 1951

Year of Publication: 2024

Book Format: Paperback

*Page Size: 6inch * 9inch*

Category: Essays

Subject: Political Essays

No. of pages: 34

ISBN: 978-81-996575-9-5

Published by: Nilan Publishers, Madurai, Tamilnadu, India

பொருளடக்கம்

குறிப்புகளுக்காக

இதய பேரிகை

சிறு துளி பெரு வெள்ளம்.

வேதனைப் புயலொன்று கிளம்பிற்று. தமக்கும் நமது தலைவருக்கும் இருந்துவந்த பாசமென்னும் பூந்தோட்டத்தை பாழாக்கிற்று. தலைவரைக் கண்டிக்கவேண்டிய பாரம், நமது இதயத்தின்மீது ஏற்பட்டுவிட்டது. அவர், மிக மிகச் சாதாரணமென்று கூறும் திருமணச் சம்பவத்தால் நமது திகைப்பு, கண்ணீர் பயனற்றுப்போய் நமது நிலையிலே ஒரு "வருந்தத் தக்க மாறுதல் ஏற்பட்டுவிட்டது"

மாலை மணி பத்திரிகையின் முதல் இதழிலே தலையங்கத்தை இப்படித் தீட்டியிருந்தார் அண்ணா.

வருந்தத்தக்க மாறுதல் ஏற்பட்டுவிட்டது.

அந்த வாசகத்தை ஊன்றிக் கவனிக்க வேண்டும்.

சரித்திரம் படித்து--சர்வதேச அரசியலிலே திளைத்து -தியாக முத்திரைகளைப் பெற்று-பேச்சால் -எழுத்தால் -நடிப்பால், பேரறிஞர் முதல், பாமரர் வரையில் தங்கள் கருத்தின் பக்கம் திரும்பக்கூடிய அளவுக்கு திறமையோடு பணிபுரியும் ஆயிரமாயிரம் தம்பிமார்கள் இருந்தும் அவர்களை வைத்துக் கொண்டு, மாற்றார் மலைக்குமளவுக்கு-விரோதிகள் வெகுளுமளவுக்கு சந்தேகங்கொண்டோர் சந்தோஷப்பட; சாபம் கொடுத்தோர் சஞ்சலப்பட, சமுத்திரத்தின் பேரலைகளென ஓயாது உழைத்துவரும் உண்மைத் தொண்டர்கள் பதினாயிரக் கணக்கில் இருந்தும் அவர்களை வைத்துக்கொண்டு, ஒரு மகத்தான அரசியல் இயக்கத்தை நடத்தக்கூடிய மனப் பக்குவமும், மனவலிமையும் கொண்ட அறிஞர் அண்ணா 'வருந்தத்தக்க மாறுதல்' என்று

வாட்டத்துடன் குறிப்பிட்டார் என்றால் அந்தச் சூழ்நிலையை எப்படித்தான் விவரிக்கமுடியும்.

சுரங்கத்திலிரங்கி தங்கம் பெயர்க்கும்போது பாறையொன்று உருண்டுவிழ-அந்தப் பாறையிடமிருந்து தப்பித்துக் கொள்ளும் முயற்சியும், நாம் கொள்கையைக் காப்பாற்ற எடுத்துக்கொண்ட முயற்சியும் ஒன்றேதான்.

எவ்வளவு துடிதுடித்திருக்கிறோம், எப்படியெப்படி துவண்டுபோயிருக்கிறோம். சிந்திய கண்ணீர் எவ்வளவு! செருமியழுத ஒலி செந்தமிழ் நாட்டையே உலுக்கிவிட்டதே! சிந்தாகூலர்களாக செய்வதறியா சிலைகளாக மாறிவிட்டோமே சில நாட்கள்.

அந்த சில நாட்களை நினைத்தால் -- அய்யோ - மீண்டும் வரவேண்டாம் அந்த நாட்கள் என்ற பிரார்த்தனைதானே நம் நெஞ்சிலே துள்ளியெழுகிறது.

பிரிகிறோமே என்ற பேரிடி ஒருபுறம், பிரிந்து விட்ட பிறகு பிரிந்துவிட்டோமே என்ற சோகத்தை விட பிரிந்துபோன நாம் பெரியதொரு எதிர்காலத்துக்குறியவர்களாயிற்றே நாட்டுப்பணி யென்னும் நல்லதோர் ரதத்திலே பூட்டப்பட்ட காளைகளாயிற் றே; எப்படி சாதிக்கப்போகிறோம் லட்சியங்களை !

ஆகுமா நம்மால்!.... என்கின்ற பொறுப்புணர்ச்சிகளால் தூண்டப்பட்டு திகைத்திருந்தோமே அந்த நிலைமைதான் மிக மிகப் பயங்கரமானது.

அதைவிட பயங்கரமானது நம்மீது வீசப்பட்ட தூற்றல் அஸ்திரங்கள், கேலிக்கணைகள், பரிகாச பாணங்கள் அவதூறு அம்புகள்.

"இவர்களால் முடியுமா ஒரு இயக்கம் நடத்த!"

"இதுகள் அற்பாயுசுகள்"

"சிறு பிள்ளைவிட்ட வேளாண்மை, வீடுவந்து சேருமா?" என்பதுபோன்றஏளனங்கள் நர்த்தனமாடின.

"இவர்களால் முடியுமா ஒரு இயக்கம் நடத்த?" என்ற சந்தேகம் மாறி, இவர்களால்தான் முடியும் என்ற பதில் கிடைத்துவிட்டது.

அற்பாயுசுகள் என்ற ஆருடம் அழிந்து "சிரஞ்சீவிகள்" என்ற செல்லப்பெயர் சூட்டப்பட்டு விட்டது.

"சிறுபிள்ளை வேளாண்மை" என்ற பழமொழிகள் பழிக்கப்பட்டு சிறு பிள்ளைகள் தரும் விளைவு பாரீர் அறுவடையைக் காணீர்-குவித்திருக்கும் போர் பாரீர் --என்று கர்வத்தோடு கர்ச்சனை புரிந்திடும் காளையரைக் காண முடிகிறது.

சிலரது சுயநலத்தோடு முடிந்துவிடும் என்ற பேச்சுக்கள் சீரழிக்கப்பட்டு மூச்செல்லாம் நாட்டுக்கே என்று முழக்கமிடும் முன்னணிவீரர்கள் பட்டாளத் தம்பிகளென பாங்கான நடைபோடும் பாசறையாக மாறிவிட்டது நமது முயற்சியின் பயன்.

கண்ணீர்த் துளிகளென்ற புதுப்பெயர் நமக்கு யாரும் கண்டு பிடித்து கொடுத்ததல்ல. நாமே நமக்கு சூட்டிக்கொண்ட சோகப்பெயர். ஏழை என்று ஏழை கூறிக்கொள்வதிலே இழிவு கிடையாது.

பாடுபடுபவன் தன்னை பாட்டாளி எனப் பகருவதிலே பரிகாசத்திற் கிடமில்லை. கண்ணீர் விட்டுக் கதறிய நாம், நம்மைக் கண்ணீர்த்துளிகள் என்று கூறிக்கொள்வதிலே கௌரவமிழந்தவர்களாகிவிட மாட்டோம். மாறாக பெருமையடைகிறோம்-பெருமிதங்கொள்கிறோம் - பீடுநடை போடுகிறோம்.

காரணம் என்ன ?

ஜாரின் அரசியலை ஜாலக்காரன் ரஸ்புடீனை சல்லடைக் கண்களாக்கியது எது? கண்ணீர்த்துளி.

பிரஞ்சு நாட்டுப் பேயர்களாம் பிரபுக்களின் பிடரியில் அடித்தது எது? கண்ணீர்த்துளி.

சிதைந்த சீனா, செஞ்சீனாவானது எதனால்?
கண்ணீர்த்துளியால்,

கண்ணீர்த்துளி சர்வாதிகாரிகளைச் சாய்த்திருக்கிறது.

கண்ணீர்த்துளி பல இடங்களிலே ரத்தத் துளிகளை வரவழைத்திருக்கிறது. கண்ணீரை அலட்சியப்படுத்தியவர்கள் தங்கள் கழுத்திலிருந்து தலைக்கு விடுதலை கொடுத்தவர்களானார்கள்.

ஏழை அழுத கண்ணீர் கூறிய வாள்'

' இலட்சியவாதி அழுத கண்ணீர்.............. ?'

கேள்விக்குறியல்ல பதில். இதோ வளர்ந்து நிற்கிறதே நமது சக்தி. இதுதான் லட்சியவாதியின் கண்ணீருக்குள்ள உண்மையான பலம்.

வளர்ந்திருக்கிறோமென்றால் சாதாரண மாகவா? காட்டாற்று நீரைப்போல கட்டுப்பாடில்லாமலா? அமைப்பு தெரியாத அரிச்சுவடிகளை வைத்துக்கொண்டா ?....... இல்லை இல்லை

திட்டவட்டங்களோடு - திராவிடத்தின் நாலா பகுதிகளிலும் - திறன்மிக்கவரை செயலாற்று கிறவர்களாகக் கொண்டு செழித்தோங்கியிருக்கிறோம்.

மாவட்டந்தோறும் கழக மாநாடுகளை நடத்தி முடித்துவிட்டு, மாநில மாநாட்டுக்கான முயற்சியிலே ஈடுபட்டிருக்கிற நாம், சென்ற இரண்டு ஆண்டு களை ஒருமுறை சிந்தையில்

நிறுத்திப் பார்த்தால் எவ்வளவு பூரிப்பு பொங்குகிறது. குதூகல உருவங்களாகிவிடுகிறோம் நாம். கண்ணீர்த்துளிகளாகிய நாம் எவ்வளவு கண்யத்தோடு கடமையாற்றியிருக் கிறோம் என்ற களிப்பால் துள்ளி விளையாடுகிறது உள்ளம்.

வந்துபோன வடநாட்டு மந்திரிகளனைவரும் கட லெனக் குமுறிய கருங்கொடிப் பட்டாளத்தைக் கண்டு கதிகலங்கிப்போயினர்.

குதிரையின் குளம்படிகள் நம் கொள்கை வீரர் கள் உடலிலே அழுந்தியுங்கூட-குன்றத்தூர் வேட்டுச் சப்தம் கிளம்பியுங்கூட - நாரணமங்கலம் நடந்துங்கூட-தேனீயிலே திருவிளையாடல் புரிந்து நெடுஞ்செழியனின் பிணத்தைக் காணுவதற்கான முயற்சியில் எதிரிகளால் நடைபெற்றுங்கூட- தளர்ந்துவிடாத தடந்தோள் படைத்த தன்மான வீரர்கள் அறப்போராட்டங்களிலே குதித்தவண்ண மிருக்கின்ற சின்னாளப்பட்டியிலே-தென்தாமரைக் குளத்திலே-ஆறுமுகனேரியில-சித்தையன் கோட்டையிலே தடையுத்தரவுகளை மீறி கழகத்தின் முன்னணி வீரர்கள் சிறைச்சாலை புகுந்திருக்கிறார் கள். வழக்கு முடிந்து வாரக்கணக்கிலோ, வருடக் கணக்கிலோ தண்டனை அனுபவிக்கத் தயாராய் நிற்கிறார்கள்.

நாடெங்கும் கிளைக்கழகம் காணும் நன்முயற்சிகள் ஆயிரக்கணக்கான பொதுக்கூட்டங்கள் நிதி நாடகங்கள், நாடகத்திலே நாட்டு நலிவு போக்கும் நல்ல பிரச்சாரங்கள், பிரச்சினைகள் பிரித்து பிரித்து விளக்குவதற்கான சமூகநீதி, எழுத்துரிமை போன்ற மாநாடுகள்.

இந்த வளர்ச்சியின் வேகத்தைக் காணுகிற எதிர்க்கட்சியினர் தேனீக்களை ஏவுகிறார்கள் அரசாங்கமோ அடக்குமுறையை நீட்டுகிறது.

நம்மீது அனுதாபமுள்ள கட்சிகளோ தேர்தலுக்குத் துணைவராத இந்தத் திரண்ட சக்தி என்று பெருமூச்சு விடுகின்றன.

விலைக்கு வாங்க முடியுமா இந்த சக்தியை என்று வியாபார வியாகூலமடைந்திருக்கிறார்கள் பலர்.

முட்டி முட்டிப் பார்த்து, மூலையில் உட்கார்ந்து முகாரி பாடத் துவங்கிவிட்டன குட்டிச் சுவற்றுக் குயில்கள்.

இப்படி, எதிர்ப்பு நெருங்கமுடியாத எரிமலையாக இலட்சியக் காளைகளின் இன்பச் சோலையாக திராவிடத்தில் ஓயாது ஒலிக்கும் தேன் கீதமாக வெற்றிச் சிரிப்பிலே, வீரநடையிலே, நிழலாட்டம் போடும் நிரந்தர எழிலாக உயர்ந்து நிற்கிறது உழைப்பாளிகள் கட்டி முடித்த திராவிட முன்னேற்றக் கழக உப்பரிகை.

இந்த உப்பரிகையிலே உல்லாசியின் உற்சாகக் கீதமிருக்காது. உழைத்தவனின் வெற்றித் தெம்மாங்கு இருக்கும். ஏவலர் சூழ.

ஏவலர் சூழ - எடுபிடிகள் சுற்றிட - இன்பத்தில் மிதந்து கிளம்பிடும் எக்காள மிருக்காது. ஏழை வாழ-எத்தன் வீழ -இலட்சிய வேலேந்திக்கிளம்பிடும் வேங்கைகள் இருப்பார்கள். பணபுரியின்மீது பாயலாமா?..... பதவிக்கோட்டை யை முற்றுகையிடலாமா? என்ற பாசி மனத்தவரின் சதியாலோசனை நடைபெறாது இந்த உப்பரிகையில்!

பணிபுரிவோர்மீது பற்று வைப்போம் - பதவி விரும்பார் மீது நம்பிக்கை கொள்வோம்-என்கின்ற பாச அலைகள் மோதிக்கொண்டிருக்கும்.

வேஷமிருக்காது, நேசமிருக்கும் கூலிக்கு, வேலையென்ற குள்ள எண்ணமிருக்காது; கொள்கைக்கு செயல் என்ற பரந்த எண்ணம் இருக்கும்.

இத்தகைய உப்பரிகையிலேதான் உலவுகிறார்கள் திராவிட முன்னேற்றக் கழக அறப்போர் வீரர்கள்.

அறப் போர் வீரர்கள் ஆகா! எவ்வளவு ஆனந்தம் பெருக்கெடுக்கிறது நமக்கு!.. கண்ணிலே நீர் தேங்கி நின்றவர்கள் கையிலே வேல் தாங்கி நிற்கிறார்கள் என்றால் எவ்வளவு மகத்தான பணி புரிந் திருக்கிறார்கள், மனமுடைந்த பிறகுங்கூட என்று எண்ணிப் பார்க்க வேண்டும்.

அன்றொரு நாள் - ஆம் 1949 செப்டம்பர் 17-ம் நாள் சிங்காரச் சென்னையிலே தளபதி அண்ணா திராவிட முன்னேற்றக் கழகத் துவக்க விழாவிலே கண்ணீர்த் துளிகளைச் சிந்தினார், வார்த்தைகளைச் சிந்துவதற்குமுன்!

அண்ணாவின் கண்ணீர்--அவர் வடித்தது மட்டு மல்லவே - தம்பிமார்களின் தணல் நெஞ்சம், இரத்தத்தை நீராவியாக்கி, அதைக் கண்ணெனும் வானத்து வழியாக வழியவிட்ட பெரு மழைத்துளி களின் கூட்டல்லவா?

அந்தக் கண்ணீர்த் துளிகள் வீண்போகுமா? வீண்போகத்தான் விடுவோமா?

"சிறு துளி பெரு வெள்ளம்" அதோ அலைவீசும் பெரு வெள்ளம்! கண்ணீர் வெள்ளமா? அல்லது களிப்பு வெள்ளமா ?.......

வீதிதேவர் மயக்கம்

நினைத்ததை தனிப்பட்டவர்களிடம் கூறினோம் நிதானிக்காமல் சீறினார்கள் கூட்டங்களிலே அதை எடுத்துச் சொன்னோம். 'அக்ராசனாதிபதி அவர்களே' என அழைத்து ஆண்டவனின் திருக்கல்யாணக் குணங்களைக் கூறி வயிறு நிரப்பிவந்தவர்களுக்கு நமது மேடை அபாய அறிவிப்பாகத் தெரிந் தது; அலறித் துடித்தார்கள்.

பேசியதுடன் நிற்கவில்லை. எழுதிக்காட்டினோம் எண்ணங்களை. அம்மாமித் தமிழிலே அக்ரகாரத்துக் கதைகளையும் கட்டுரைகளையும் எழுதிக் குவித்தவர்களுக்கெல்லாம் எச்சரிக்கையாக மாறிற்று நமது எழுத்து. எரிந்து விழுந்தனர்.

நம்மால் - நம் நினைப்பால் -பேச்சால்-எழுத்தால் - நடுங்கவேண்டியவர்கள் நடுங்கினார்கள்.

யாருக்காக அந்தப்பணியை மேற்கொண்டோமோ; அவர்கள் - யார் மகிழ்ச்சியடைந்திருக்க வேண்டுமோ அவர்கள்,-யார் பெருமைப்பட்டிருக்க வேண்டுமோ; அவர்கள்- அலறித் துடிக்கிறார்கள் என்னும்போதுதான் ஆச்சரியம் பிறக்கிறது நமக்கு.

நினைப்பு, பேச்சு, எழுத்தோடு நிற்கவில்லை நாம் நாடக உருவிலே நம் கருத்தைத் தெரிவிக்கப் புறப்பட்டோம். எந்தக் கருத்தை இந்த நாட்டிலே இதுவரையில் மூடி வைத்திருந்தார்களோ - அந்தக் கருத்துக்கள் திரையைக் கிழித்துப் புறப்பட்டன, கருத்தால் எழுச்சி பிறந்தது. எழுச்சியைக் கண்ட கயவர் வெகுண்டனர். வெகுள்வது சகஜம்.

கருத்தால் பயன்பெறவேண்டியவர்கள் கனல் கக்கிடும் விழியினராய்த் திரிய ஆரம்பித்திருக்கின்றனர். இது கருத்தின்

மீது உள்ள வெறுப்பாகக் கூடத் தெரியவில்லை. கருகிப்போன உள்ளத்தின் பொறாமைச் சாம்பல் காற்றிலே பறப்பதாகத்தான் தெரிகிறது.

நாம் பேசுகிறோமென்றால் பல்லாயிரவர்-நடிக் கிறோமென்றால் லட்சம்பேர்-தமக்காக அல்ல நாம் வெளியிடும் உண்மைகளுக்காக கூடி நிற்கிறார்கள்.

அண்ணாவின் பேச்சு - அன்பர் ராதாவின் நடிப்பு- நடிப்புப் புலவர் ராமசாமியின் நாடகம்- இவைகளைக் காணுகிற நேரத்திலே-கலைவாணர் கிருஷ்ணனின் வில்லுப்பாட்டு, காலட்சேபம் இவைகளைக் கேட்கிற நேரத்திலே கருத்து விருந்து பெறுவோர் ஒருபுறம் குழுமியிருக்கும்போது கருத்தைப் பற்றிக்கூட கவலைப்படாமல் தனிப்பட்டவர்களுக்கு இவ்வளவு செல்வாக்கு வளர்ந்து விட்டதே என்று தப்புக் கணக்குபோட்டு அசூயை இதயத்தை அணைக்க "ஆகா! ஊகூ!" என்று கருத்தின் மீது பாய்ந்து கூச்சல் கிளப்புவது அறியாதார் செய்கை தான் என்றாலுங் கூட அந்தப் பட்டியலிலே பலர் நிற்கிறார்களே என்கிறபோது பரிதாபம் ஏற்ப டத்தான் செய்கிறது.

அறிக்கை! மறியல்! அட்டகாசம்! விட்டேனா பார் என்ற உறுமல்.

சென்னையிலே தியாகராயர் கல்லூரி உதவி நிதிக்காக நடைபெறும் கலாநிகழ்ச்சிகளில் "நீதிதேவன் மயக்கம்" ஒன்று. நீதிதேவன் மயக்கம் அறிஞர் அண்ணாவின் சிந்தனைப் பூந்தோட்டத்திலே பூத்த புதுமலர். இரக்கமற்ற அரக்கன் என இலங்கை வேந்தன் மீது கம்பன் சாட்டிய குற்றத்தை ஆதாரங்களை அள்ளி வீசி பொடிப் பொடியாக்கிக் காட்டுகிற புரட்சிச் சித்திரம்.

"என்னை இரக்கமற்றவன் என எழுதி வைத்தீரே கம்பரே! இராமனைக் காட்டுக்குத் துரத்திய கைகேயி காட்டினாளா இரக்கம்?

குழந்தையைக்கொன்ற கோட்புலி நாயனாரிடம் உண்டா இரக்கம்? மிதிலை எரியும்போது வேதாந்த விசாரணையிலிருந்த ஜனகனிடம் கண்டீரா இரக்கத்தை? சீதையை வயிற்றிலே சிசுவுடன் ஆரண்யத்துக்குத் துரத்தினானே இராமன், அவன் இரக்கத்தை நினைத்ததுண்டா?

இப்படிப்பட்ட கேள்விகளை கம்பன்மீது வீசுகி றான் நீதிமன்றத்திலே நிற்கும் இராவணன். கம்பன் விழிக்கிறான் நீதிதேவன் தீர்ப்புக்கூற முடியாமல் மயங்குகிறான்.

கம்பனென்ன - யாருமே பதில்கூற முடியாத கேள்விகள் தானே அவைகள் !

இராவணன் உருவிலே அண்ணா நின்று கேட் கிறார் என்றால், கம்பரையா கேட்கிறார்? இல்லை.... கம்பர் நூலுக்கு விழா எடுக்கும் விவேகிகளைப் பார்த்து கேட்கிறார். இதுதான் நீதிதேவன் மயக்கம்.

இந்த நீதிதேவன் மயக்கம் நடக்கக்கூடா தென்று அதற்கான முயற்சிகளில் ஈடுபட்டுப் பார்த்தார்கள் கம்பனின் வாரிசுகள்.

கல்லூரி நிதி. அதற்கு அண்ணாவின் நாடகம் இசையரசு தேசிகரின் முயற்சி நாடகத்தின்பெயர் நீதிதேவன் மயக்கம்.

இதற்கு குறுக்கேநின்றார்கள், வீதிதேவர்கள். விழியை உருட்டினர்-நாடகத்திலே வரும் நீதிதேவன் போல! அதட்டிப் பேசினர் நாடக நீதிதேவனின் குரலைப்போல!

மறியல் செய்வோமென மார்தட்டினர். கடைசியில், போலீசாரிடம் போயினர்- வீதிதேவர்களின் கதறல்களைக் கேட்ட போலீஸ் நீதிதேவன் மயக்கம் நாடகத்து வசனங்களை பாடம் செய்ய ஆரம்பித்தது.

நாடக நடிகர் யாராவது வர அசௌகரியப்பட்டால்கூட போலீஸ் ஆபீசர் ஒருவரையே அந்த பாத்திரத்தை நடிக்க

வைக்கலாம் என்கிற அள வுககுப் போலீசார் நமக்கு நாடகங்களை மனப்பாடம் பண்ண ஆரம்பித்துவிட்டார்கள்.

இறுதியில் நாடகம் நடந்தேவிட்டது. மக்கள் வெள்ளம். மன்றத்திலே இராவணனாக அண்ணா.

மேற்கண்ட நிகழ்ச்சிமட்டுமல்ல; இதுபோன்ற நிகழ்ச்சிகள் இப்போது ஏராளமாக ஆகிவிட்டன. நமது நாடகங்களை நடக்கவொட்டாமல் செய்தால் அதை ஒரு வெற்றியாகக்கருதி பூரிக்கலாம் என்பது அவர்களின் ஆசை.

அந்த ஆசையின் எதிரொலிதான் வெருட்டல்-விஷமத்தனமெல்லாம்.

நாடகம் எப்படியிருக்க வேண்டும்; என்கிற இலக்கணத்தைப் போதிக்கிற பெரிய மனிதர்கள் கூட சிலர் புறப்படுகிறார்கள்.

நாடக உலகத்தில் பல வருடங்கள் பழகிவிட்டதை மட்டும் தகுதியாகக் கொண்டு பேச வரும் இவர்கள் நம் அனுதாபத்துக்குறியவர்தானென்றாலுங்கூட-வேண்டாத வேலைகளில் ஈடுபடுகிறார்களே என்பதுதான் நமது வருத்தம்.

வீதிதேவர்கள் உலவுகிறார்கள் வீணரை பேசிக் கொண்டு, அந்தக் கும்பலிலே இவர்கள் பெயரும் சேர ஏன் தான் விரும்புகிறார்களோ!

அனுபவம் மாத்திரம் போதாது- ஆற்றலும் தேவை என்பதை உணரவேண்டும். இதை அவர்கள் நம்புகிற 'ஔவையார் - முருகன் கதை' கூட எடுத்துக்காட்டும்.

நாட்டு நிலையைச் சிந்திக்காமல் பொறாமையை அடக்கமுடியாத ஒரே காரணத்திற்காக வீதிதேவர் பக்கம் வீழ்ந்து வீறிட்டுக் கத்துவதில் வீரமுமில்லை; விவேகமுமில்லை! விஷப்புத்திதான் ஒளிவிடுகிறது.

நேர்மை உதயமாகும்வரையில் - திராவிடர் வாழ்வு உயரும்வரையில் - நீதிதேவன் மயக்கங்கள்

நிகழ்ந்துகொண்டுதானிருக்கும். வீதிதேவர்களின் புலம்பல் வெற்றியளிக்க முடியாது.

பூம்புகார் மாநாடு

கம்பராமாயணம் மட்டுமே கவிகைத் தேனாறு, கம்பன் ஒருவன் தான் கவிச்சக்கரவர்த்தி என்றெல்லாம் பேசப்பட்ட நிலைமை கரைய ஆரம்பித்திருக்கிறது இப்போது. கம்பனுக்குமட்டுமே மாலை அணிவித்து மகிழ்ந்தவர்கள் இளங்கோவடிகளுக்கும் மதிப்புதர முன்வந்திருக்கிறார்கள் கம்பன் மகா நாடுதான் கவிதை மகாநாடு என்று கருதிக்கிடந்தவர்கள் சிலப்பதிகார மகாநாடு நடத்துகிற அளவுக்கு பெருநோக்கம் பெற்றிருக்கிறார்கள்.

திராவிடத்திலே அரசியலில் மட்டுமின்றி, சமுதாயத்தில் மட்டுமின்றி, இலக்கியத் துறையிலும் புரட்சி செய்தவர்கள் அறிவியக்கத்தாராகிய நாம் என்பதை யாரும் மறுக்கமுடியாது - கம்பனுக்குக் கோயில் கட்டி அவனைக் கடவுளாக வணங்குகிற அளவுக்கு முதிர்ந்து போன மூடநம்பிக்கையை நமது கம்பராமாயண எதிர்ப்புக் கருத்துக்கள் முறியடித்தன. கம்பனை நாம் குறைகூறிய நேரத்திலே நம்மீது வீசப்பட்ட கணைகள், கொஞ்சமல்ல, கொடுஞ்சொற்களால் அர்ச்சிக்கப்பட்டோம். கலையுணர்ச்சியில்லாதவர்கள் என்று பேசப்பட்டோம். "செவிச் சுவையுணரா வாயுணர்வின் மாக்கள்" என்று சுடு சொல்லால் தாக்கப்பட்டோம். ஆயினும் வெற்றி நமக்குத்தான் கிடைத்தது. நம் நோக்கம் கம்பராமாயண நூலே நாட்டில் கிடைக்க முடியாமல் செய்துவிட வேண்டுமென்பதல்ல. கம்பன் செய்த தவறை நாட்டிலே எல்லோரும் அறிந்துகொள்ள வேண்டுமென்பது தான் நம் குறிக்கோள். கம்பராமாயணம் திராவிடரை அரக்கர்கள் குரங்குகள் என்று சித்தரிக்கும் சிலந்திக்கூடு. ஆகவே அதை வெறுக்க வேண்டுமென்றோம். அடிப்படையான வெறுப்பே அதுதான், ஆரிய ராமனை கம்பன் கடவுள் என்று கூறிவைத்தான்.

அந்தக் கயமைத் தனத்தைக் கண்டித்தோம். அப்படிப்பட்ட ஒரு நூல் திராவிடரின் பூஜைக்குரிய தாயிருப்பது தன்மானமற்றச் செயல் என்று விளக்கினோம். காலத்துக்கேற்றவாறு கம்பராமாயணத்திலே உள்ள கருத்துக்களை அனுமதிக்கத் தான் வேண்டுமென்றார்கள் கம்பதாசர்கள்! நாமோ அவைகளை ஆட்சேபிக்கவில்லை. 'ஒரு இனத்தையே இழிவுபடுத்தும் முறையில் கம்பன் திராவிடரைக் காட்டிக் கொடுத்திருக்கிறான் என்பதே நம்முடைய தலையாயக் குற்றச்சாட்டு. அதைத்தான் எதிர்த்துப் போராடினர் புலவர் பலர். அந்த நேரத்திலேகூட நாம் கூறினோம் நாங்கள் இலக்கிய விரோதிகளல்ல; சிலப்பதிகாரம் போன்ற நூல்கள் அக்காலக் கருத்துக்கள் பல கொண்டனவாயினும் திராவிடரை இழித்துப் பேசவில்லை என்பதோடு திராவிடரை உயர்த்திக் காட்டியிருக்கின்றன, அவைகளை நாங் கள் வெறுப்பதில்லையென்று விளக்கியிருக்கிறோம். சிலப்பதிகாரம் போன்ற தமிழரின் செல்வங்கள் புதைப்பட்டுக் கிடக்கும்போது தமிழனை அரக்கனெனக் கூறும் கம்பராமாயணத்துக்கேன் விழா நடத்துகிறார்கள் வீணர்கள் என்று வினவியதுண்டு. நாம் அப்படி வினவியது சிலப்பதிகாரத்தின் மீது நமக்கேற்பட்ட பக்தியல்ல. பகவத் உணர்ச்சியு மல்ல. அல்லது அதிலே காணப்படும் அளவுக்கு மீறிய கற்பனைச் செய்திகளல்ல. தமிழர்களுடைய வாழ்க்கைமுறை சிலப்பதிகார காலத்தில் எப்படியிருந்தது என்பதை விளக்கும் நூலாக சிலப்பதிகாரம் அமைந்திருக்கிறது என்பதற்காகவும், வட நாட்டாரின் முடிநெறித்த திராவிட வீரர்களின் சிறப்பு காணப்படுகிறது அதிலே என்கிற காரணத்தாலும் நீதிக்காக வாழ்ந்த திராவிட மன்னர்களின் பெருமை கூறப்படுகிறது அதிலே என்கிற ஆர்வத்தாலும் கண்ணகியென்கிற பாத்திரம் கற்பனைக் கெட்டாத செயல்களை செய்தாள் என்பதை நம்பா விட்டாலும் அக்காலப் பெண்மணிகளின் துணிவு சித்தரிக்கப்பட்டுள்ள தன்மையை அறிந்துகொள்கிற வாய்ப்பு அதிலே இருப்பதாலும், சேர, சோழ, பாண்டியர் மூவருடைய ஆட்சிபற்றிய விபரங்கள் தெரிந்துகொள்ளும் அரிய நூல் அது

என்பதாலும் சிலப்பதிகாரத்தை நாம் ஆதரிக்கிறோமே தவிர வேறில்லை.

திருக்குறளை என் போற்றுகிறோம் தெய்வப் புலவர் திருவள்ளுவர் என்பதற்காகவா? இல்லை; அக்காலத் தமிழகத்தைப்பற்றிய நல்லதொரு படப் பிடிப்பு திருக்குறள் என்பதாலும் திராவிடர் நீதி முறைகள் குறிக்கப்பட்டிருப்பதாலுமே குறளுக்கு விழா எடுக்கிறோம். குறைகளேயில்லாதது அல்ல குறள். அந்தக் குறைகள் அக்காலத்தில் எழுதப்பட்ட நூல் என்கிற ஒரே காரணத்தில் அடிபட்டுப் போகின்றன. வரப்போகும் காலங்களிலே இன்றைக்கு எழுகப்படுகிற புரட்சிக் கருத்துக்கள் கூட பழமையென்று கூறப்படலாம்.

பொதுவாக குறள், சிலப்பதிகாரம் போன்ற நூல்களிலே திராவிடரின் பெருமை ஒளிவிடுகிறது; ஆகவே பாராட்டுகிறோம். கம்பன் திராவிடரை இழிமக்களாய் ஆக்கிவைத்தான்; ஆகவே எதிர்த்தோம்.

நம்முடைய பேச்சுக்களுக்கு சக்தி உண்டு என் பதைத்தான் கம்பனையே கட்டியணைத்திருந்தவர் கள் சிலப்பதிகாரத்துக்கும் மாநாடு நடத்த முன் வந்திருப்பது காட்டுகிறது.

ஆனால் ஒன்று, கம்பனைப்போல ஆக்கிவிடக் கூடாது, இளங்கோவடிகளை ! காவிரிப்பூம்பட்டினத்திலே கூடிய மகாநாட்டில் இந்திரவிழா கொண்டாடும்படியாக உபதேசம் செய்திருக்கிறார் ஆர்.கே. சண்முகனார்! அந்த மூடநம்பிக்கைகளை வளர்ப்பதற்காக இருக்கக்கூடாது சிலப்பதிகார மகாநாடு.

"கொங்கணர் கலிங்கர் கொடுங் கருநாடர்
பங்களர் கங்கர் பல்வேற் கட்டியர்
வடவாரியரோடு வண்டமிழ் மயக்கத்துன்
கடமலை வேட்டமென் கட்புலம்பிரியாது
கங்கைப் பேரியாற்றுக் கடும்புனனீத்தம்

எங்கேர மகளை யாட்டிய வந்நாள்
ஆரியமன்ன ரீரைஞ்ஞூற்றுவர்க்கு
ஒருநீயாகிய செருவெங்கண்
விழித்துக் கண்டது கடுங்கட்கூற்றம்

என்பனபோன்ற செய்யுட்களை விளக்கி திராவிடரின் பண்டைய வீரத்தை - நீதியை நினைவு படுத்துவதற்கு பயன்படவேண்டும். பூம்புகாரில் கூடி மாநாடு நடத்தியவர்கள் மட்டுமே சிலப்பதிகா ரத்துக்கு உரியவர்களல்ல. சிலப்பதிகார மாநாட்டைப்பற்றி அவர்களை சிந்திக்கத் தூண்டியதே நாம்தான். பூம்புகார் மாநாடு பூரிப்பு தருகிறது என்றாலும் சண்முகம் போன்றவர்கள் 'இந்திர விழா' போன்ற புது மூடத்தனங்களை வளர்த்து விடக்கூடாதே என்று அஞ்சுகிறோம்.

வெற்றி விளக்கு!

நச்சுக்கோப்பையைக் கையிலே ஏந்தி-நெஞ்சிலே வீரத்தை ஏந்தி - மொழியிலே கொள்கையை ஏந்தி - உயிர் விட்டிருக்கிறார்கள். நெருப்பிலே தள்ளப்பட்டபோதும் உடலைச் சாம்பலாக்க முடிந்ததே தவிர அவர்களின் உயர்ந்த லட்சியத்தைப் பொசுக்க முடியவில்லை. துப்பாக்கி யிலிருக்கும் குண்டுகள் புறப்பட்டு அவர்கள் மார்பைத் துளைத் திருக்கின் றன; அப்போதும் கொள்கையிலே ஓட்டை ஏற்படவில்லை அலைந்து திரிந்திருக்கிறார் கள், ஆதரிக்க யாருமில்லாது விரட்டப் பட்டிருக்கிறார்கள், வசைமாரிகளைத் தாங்கியிருக்கிறார்கள். மக்களின் முன்பு பைத்தியக்காரர்களாக மதிக்கப் பட்டிருக்கிறார்கள். காணத்தகாதவர்களாக - காதகர்களாக - கயவர்களாக நடத்தப்பட்டிருக்கிறார்கள். ஏச்சு ஒருபுறம் - ஏளனம் - ஒருபுறம்.

இப்படி மாறிமாறி எதிர்ப்பு அம்புகள் ஏவப்பட்டிருக்கின்றன. இவ்வளவையும் சமாளித்திருக்கிறார்களே தவிர சாய்ந்துபோனது கிடையாது.

சுயநலம் அவர்கள் வாழ்வில் சுற்றிக்கிடந்தது சொந்த விஷயம் அவர்கள் கொள்கையை சுக்கு நூறாக்கியது கிடையாது. குடும்பம் அவர்கள் பாதைக்கு இடையூறு விளைத்தது கிடையாது. கோலாகலத்தை விரும்பியது கிடையாது. சாக அடிக்கப்பட்டார்கள். ஆனால் அவர்கள் சாகவில்லை. அதற்கு மாறாக புது உடம்பு பெற்றார்கள். புகழ் உடம்பு பெற்றார்கள். நெருப்பு அவர்கள் சரீரத்தின்மீது தாவியது. சதையைக் கருக்கியது. எலும்பை உருக்கியது. ஆனால் அவர்கள் கொள்கைகள் தணலிலே வெந்த தங்கமாயின.

ஏன், இத்தனை கஷ்டமடைந்தார்கள். அவதியை வலுவிலே ஏன் அணைத்துக்கொண்டார்கள்.... தாங்கள் மன்னர்களாகவா?

அல்லது மடத்தலைவர் களாகவா? மாணிக்க ஊஞ்சலிலே மரகதக் கட்டிலிலே மயில் ஆசனத்திலே மந்தகாசர்களாய் அமர்ந்து மகிழ்ச்சிக்கூத்து ஆடவா? அப்படி நினைத்திருந்தால் அவர்கள் கையிலே சிலுவையோ- விபூதியோ -அல்லவா காட்சியளித்திருக்கும். அவர் கள் கரங்களில் இருந்தது அறிவு நூல்கள் தானே! அந்தஸ்தை விரும்பியிருந்தால் ஆண்டவன்- ஆண்ட வனின் கதை - ஆண்டவனின் அற்புதம் இப்படியல் லவா காலக்ஷேபம் நடத்தியிருப்பார்கள். அவர்கள் விரும்பியது; மதத்தை மண்ணாக்கி, மடத்தனத்தை அழித்தது. மக்கள் சமுதாயத்தைப் புதுமைச் சோலையாக்க வேண்டுமென்பதுதான். தாங்கள் அடியெடுத்து வைக்கும் புரட்சிப் பாதை பயங்கரம் நிறைந்தது என்பது அவர்கட்குத் தெரியும். தெரிந்தும் தைரியமாகக் கிளம்பினார்கள். தாங்கள் அழிக்கப்பட்டாலும் தங்கள் கொள்கைகள் அழிக்கப்பட முடியாத நிலையை அடைந்தார்கள்.

நம் நாட்டிலே மட்டுமல்ல -நானிலமெங்கணுமே ஆயிரக்கணக்கான வருடங்களுக்கு முன்பிருந்தே நாகரீகம் அரும்பக்கூட முடியாத நிலைமை இருந்திருக்கிறது. மேல் நாடுகளிலே இருந்த மத நம்பிக்கை நம்மைவிட மட்டமானது. அங்கேயிருந்த கடவுள்கள் நமக்கிருப்பதைவிட தொகை யிலே அதிகமானவர்கள். அங்கேயிருந்த குருக்கள் நம்மை ஆட்டிப்படைக்கும் குருக்கள் மார்களை விடக் கொடுமை நிறைந்தவர்கள்.

அவர்கள் எல்லாம் இப்போது எங்கே? சீர் திருத்தம் முளைவிட்டது. சிரித்துக் கிடந்த மூட நம்பிக்கைகள் மூலையில் போய் முக்காடிட்டு அமர்ந்தன. சீர்திருத்தவாதிகள் செத்து மடிந்தார்கள். சீர்திருத்தம் சீரழியவில்லை செங்கோல் பிடித்தது. மேல் நாட்டிலேயிருந்த கடவுளின் சிலைகள் கண் காட்சிசாலைக்குப் போய்விட்டன. நம் நாட்டிலோ ஆற்றங்கரை கணபதி அப்படியேதானிருக்கிறார். அறியாமைக்கு நீர் ஊற்றி வளர்க்கப்படுகிறது. அதையும் அரசாங்கமே முன்வந்து செய்கிறது. சுக்கல் சுக்கலாகப்போன சோமநாதபுரம் கடவுளை இப்போது தூக்கி மனையில்

வைத்து மகிழ்கிறது நமது அரசாங்கம். அதுமட்டுமா? வேப்பிலை கட்டிய சாமியார் வருகிறார். தில்லையிலே நிர்வாண சாமியார் திரிகிறார். ஐயப்பன் கோயிலிலே பாம்பு அவதாரத்தில் பகவான் வந்தார். ரமணர் செத்தார், வால் நட்சத்திரம் புறப்பட்டது. பாண்டு ரங்கனைத் தூக்கினார்கள், வரமாட்டேன் என்று சொல்லி விட்டார் இந்த வருடம் தேர்தல் நடக்காது என்று அகில இந்திய அற்புத ஜோசியர் கூறிவிட்டார். இப்படியெல்லாம் செய்திகள் வருகின்றன. அனேகமாக பத்திரிகைகள் எல்லாம் பஞ்சாங்கமாகி விட் டன. சரிந்துபோன சமுதாயத்துக்கு இன்னும் ஆழமாகச் சவக்குழி தோண்ட முயற்சி நடக்கிறது இங்கே.

அந்த முயற்சியை முறியடித்து முதுமையேறிப் போன மூடக்கொள்கைகளை வேரோடு சாய்த்துப் புதுவழி காணத்தான் அறிவியக்கம் பணியாற்றி வருகிறது.

நமது உரிமை

"பேனாவை உடைப்போம்... வாயை அடைப்போம்... என்ன தைரியம் உனக்கு! எங்களைப்பற்றி பேச நீ யார்? எங்கள் நடவடிக்கைகள் குறித்து எழுத நீ யார்? நாங்கள் சுதந்திரம் வாங்கியவர்கள். நாட்டையாளுகின்றவர்கள் நாங்கள் வைத்தது சட்டம், விடுதலை வாங்கித் தந்த எங்களுக்கு முன், விவேக சிந்தாமணி....நீ யார்? நாங்கள் விடுவித்தோம் மக்களை! நாங்கள் வேதனைப்படுத்துவோம் அவர்களை! விழியிலே நீர் பெருக்கி மொழியிலே கனல் பெருக்கி விசாரக்குரல் எழுப்புகிறாயே; உனக்கென்ன இருக்கிறது உரிமை?

நாங்கள் பாரததேவியின் விலங்கொடித்தவர்கள் பட்டினி போடுவோம் மக்களை. பசி பசி எனக் கேட்டிடும் கூக்குரல் எங்களுக்குக் கோகிலகானமாக இருக் கும். அதற்காக நீ ஏன் ஒப்பாரி வைக்கிறாய் வெள்ளைக்காரனை வெளியேற்றிய வீராதி வீரர்களப்பா நாங்கள்.. எங்கள் ஆட்சியிலே நீ பேசக்கூடாது; நெருப்பு மழைபொழியும்; நீ கேட்க உரிமை கிடையாது. எரிமலைகளை உண்டாக்குவோம் கண் டித்து எழுதக்கூடாது நீ சர்க்காருக்குச் சாமரம் வீசலாம்.... சந்தோஷப்படுவோம், சந்தணம் பூச லாம் தட்டிக்கொடுப்போம். மயக்கம் தெளிய மருந்து கொடுத்தால் மண்டையிலடிப்போம். யார் எங்களுக்கு மருந்து கொடுக்க! பார்த்தாயா போலீஸ் படையை பார்த்தாயா சிறைச்சாலையை! சிந்தித்தாயா தூக்குமேடையை! கண்டிருக்கிறாயா கண்ணீர்ப்புகையை! ஜாக்கிரதை! எங்கள் விஷயத்தில் நீ தலையிடாதே! நீ பேசாதே! எழுதாதே! நல்லவைகளைக்கூட நீ சொல்லலாம் ...

நங்கள் அவற்றை நஞ்சாகத்தான் மதிப்போம்... உஷாராயிரு ! உயிரை விடாதே! "

இப்படிப்பட்ட எச்சரிக்கைகள் - மிரட்டல்கள் அடக்குமுறைகள்-அதிகார அம்புகள் இதே தோரணையில் இல்லாவிட்டாலும், இந்தக் கருத்தை எதிரொலிக்கும் விதத்திலே எதிர்க்கட்சிகளின் மேல் ஏவப்படுகின்றன நமது சர்க்காரில் ! குன்றத்தூர் சம்பவத்திலிருந்து கூச் பீஹார் கொடுமை வரையில் நாட்டிலே பொழுது போக்கும் கதைகளாக ஆகி விட்டன.

அரசாங்க சிறைச்சாலைகளுக்கு அஜீர்ணம் ஏற்படுகிற அளவுக்கு அரசியல் கைதிகள் நிரப்பப்பட்டு விட்டனர், அங்கே அவர்களுக்கு ஏற்படுகிற இன்னல்களோ நினைத்தாலே நெஞ்சு எரிகிறது, அவ்வளவு பயங்கரமானவை திராவிட முன்னேற்றக் கழகத்தினர் நடத்திய போராட்டங்களில் சிறைப்பட்ட வீரர்கள் அந்தக் கொடுமைகளை சுவைத்துவிட்டுத்தான் வந்திருக்கிறார்கள் மொட் டையடிப்பது-பட்டினி போடுவது-வேலைகள் தந்து வேதனைப்படுத்துவது இப்படி கொடுமைக் கூர்வேல் பொழிந்திருக்கிறார்கள் சிறைச்சாலைகளிலே! திராவிட கழகத்தார் நடத்திய மறியலிலே சிறைப்பட்ட தோழர்கள் பட்டிருக்கும் அவதியும் கொஞ்சமல்ல. கம்யூனிஸ்ட் கட்சிக் கைதிகளுக்கும் காண்போர் கண்ணீர் விடும் நிலையிலேயே உபசாரம் நடந்திருக்கிறது, சிறைக்கோட்டத்திலே! இன்றைக்கு அவர் கள் வசம் இருக்கிற சிறைச்சாலைகள் முன்பொரு நாள் அவர்கள் வாழ்ந்த இடங்கள் என்பதை உண்மையாகவே மறந்துவிட்டார்கள். "மோர் தரப்படவில்லை அப்போது! இதற்கொரு "போர்" நடக்கும்.

"சாப்பாட்டிலே உப்பில்லை" இதற்கொரு சத்யாக்கிரகம் நடத்தியிருக்கிறார்கள் இந்த சண்ட மாருதர்கள்!

"குளிப்பதற்குத் தண்ணீர் போதவில்லை " இதற்கொரு சத்தியப் போராட்டம் துவக்கியிருக்கி றார்கள் இன்றைக்குச் சர்க்காராய் மாறிவிட்ட சன்மார்க்க சீலர்கள் !

மோருக்கு, உப்புக்கு, தண்ணீருக்குப் போராடியவர்கள் இன்று புலிகளாக மாறி எதிர்க்கட்சிகளை எலிகளாக நினைத்து நடக்கிறார்களே; ஏன் என்று தான் நமக்குத் தெரியவில்லை. 'ஏன்' என்று கேட் டால் எடுக்கிறார்கள் அடக்குமுறைச் சட்டத்தை!

இது முறையா? தகுமா? தர்மந்தானா? என்று கண்ணீரிலே எழுதுகோலைத் தோய்த்து எழுதினால் "விடாதே பறிமுதல்!" என்று வரிந்து கட்டுகின்றனர்.

இந்தப் பயங்கரமான சூழ்நிலை எப்போது இருக்கிறது தெரியுமா தோழர்களே?

ஆரியமாயைக்கும், அறிவு பயக்கும் நமது நூல்கள் பலவற்றிற்கும் அணைபோட்டது எப்போது தெரியுமா தோழர்களே ?

நல்ல கருத்துள்ள-நாட்டுக்குப் புதையல் போன்ற - நமது நாடகங்களை நடிக்கக்கூடாதென்று தடை போட்டது எப்போது தெரியுமா தோழர்களே?

நாரண மங்கலத்தார்களை 144 போட்டுக் கடுங்காவல் தண்டனை கொடுத்தது எப்போது தெரியுமா தோழர்களே?

நண்பர் நடராசன் பேசப்போன குன்றத்தூரிலே கொடுமையை வாரியிரைத்து குண்டுகளை வீசி ரத்தக் களரியை உண்டுபண்ணியது எப்போது தெரியுமா தோழர்களே?

சேலத்திலே தோழர் சித்தையன் முன்னின்று நடத்திய நெசவாளர் கிளர்ச்சியை சாக்காக வைத்து அவர்மீது ஜாமீன் வழக்குத் தொடுத்தது எப்போது தெரியுமா தோழர்களே?

காங்கிரஸ் அஹிம்சை ஆட்சியில் என்று பதில் சொல்லுவீர்கள். இல்லை! இல்லை! அதுவல்ல நாம் குறிப்பிடுவது! எழுத்துரிமை பேச்சுரிமை கட்டுப்

படுத்தப்படாமல் அரசியல் சட்டம் வகுக்கப்பட்டிருந்த நேரத்தில்தான் மேலே தீட்டிய தீமைகள் நர்த்தனம் புரிந்தன நாட்டிலே! இப்போது திருத்தப்படும் அரசியல் சட்டத்திலே எழுத்துரிமை பேச்சுரிமையைக் கட்டுப்படுத்தும் திட்டம் வரப் போகிறது. "பொது அமைதி"க்கு உகந்தபடி எழுத்து ரிமையைக் கட்டுப்படுத்தலாம் என்று திருத்தம் வரப்போகிறது. பொது அமைதி என்று பெயரை வைத்துக்கொண்டு போலிக்காரணங்களை உற்பத்தி செய்து அடக்குமுறைக்கு சுதந்திரமளிக்கப்போகி றார்கள் என்றுதான் நாம் நினைக்க வேண்டியிருக்கிறது. எழுத்து, பேச்சு உரிமைகளுக்கு கட்டுப்பாடு இல்லாதபொழுதே இந்தத் தொல்லைகள் என்றால், கட்டுப்பாடு வந்துவிட்டால் எல்லையிருக்குமா அடக்கு முறைக்கு! இப்போது பேசாதே என்கிறார்கள்.

இனிமேல் பேச நினைக்காதே என்பார்கள்.

இப்போது எழுதாதே என்கிறார்கள். இனிமேல் எண்ணாதே என்பார்கள். பலாத்கார பேச் சுக்கள் - பார்க்கக் கண்கூசும் ஆபாச எழுத்துக்கள் கண்டிக்கப்பட வேண்டியவைதான்; ஆனால், அதற் காகப் பேச்சுரிமை எழுத்துரிமை மூச்சுவிடக் கூடாது நாட்டிலே என்று நவில்வது முதல்தரமான

ஜார் ஆட்சி!

திராவிட இயக்கத்துக்கு - முன்னேற்றக் கழக வீரர்களுக்கு பெரும் சோதனைக் காலங்கள் வரப் போகின்றன.

நம் வளர்ச்சியைக் கண்டு நடுங்கி யிருப்பவர்கள் 'ஒடுங்கமாட்டார்களா' இவர்கள் என்று ஓயாக்கவலைகொண்டிருப்பவர்கள் சென்னை அரசாங்கத்தார். வரப்போகும் அரசியல் சட்டத் திருத்தத்தை அமோகமாக வரவேற்பார்கள். நம் பேச்சின் ஒவ்வொரு எழுத்தையும் கவனிப்பார்கள். நம் எழுத்தின் ஒவ்வொரு வளைவையும் அளந்து பார்ப்பார்கள்.

நம்மை எதிர்நோக்கியிருக்கும் திட்டங்கள் ஏராளம். தியாகத் தீயிலே குதிக்கவேண்டிய திட்டங்கள் - வரப்போகும் அறப்போர்கள் அதிகம் அதிகம் என்றுதான் இன்றைய சூழ்நிலை சுட்டிக்காட்டுகிறது. அந்தப் போராட்டக் காலங்களிலே புதுப் புது பாணங்கள் நம்மீது தொடுக்கப்படும்.

அதற்காக அமைக்கப்படும் அஸ்திவாரத்தில் ஒருபகுதிதான் இப்போது வருகிற அரசியல்சட்டத் திருத்தம். நாமோ, அஞ்சி அஞ்சிச் சாகும் கூட்டமல்ல! வெறும் வேட்டுக்கள் கிளப்புபவரல்ல! பணத்துக்கோ, பதவிக்கோ விபீஷணர்களாகாத பரம்பரையினர்! ஒரு இலட்சியத்துக்காக களத்தில் இறங்கிவிட்டவர்கள் வாழ்வுவரினும், சாவு தழுவினும் வரவேற்போம் என்ற வைர நெஞ்சுடன் வாளேந்தி விட்டவர்கள். வருவது வரட்டும் என்ற உறுதியுடனே போர் நாளை எதிர்பார்த்திருப்போம். எழுத்துரிமை, பேச்சுரிமை- எத்தனை உரிமைகள் தனித்தனியாகப் பறிக்கப்பட்டாலும் சரி; நாம் ஒரே ஒரு உரிமை - மொத்தமான உரிமை - முழு - உரிமை - திராவிடம் தனிநாடு என்ற உரிமை-கிடைக்கும் வரையில் போராடுவோம்.

பந்தல் ஆடுகிறது !

பகவத்சிங்குகளின் எலும்புகளை தூண்களாக நட்டு, திருப்பூர் குமரன்களின் நரம்புகளைக் கீற்றுகளாக முடைந்து போட்டு அமைக்கப்பட்ட அழகான பந்தல். காந்தீயக் காந்த விளக்குகள் மின் னிட -வ. உ. சிதம்பரத்தின் தியாகத் தோரணங்கள் அசைந்தாடிட அலங்கரிக்கப்பட்ட அருமைமிகு பந்தல். அந்தப் பந்தலிலே அஹிம்சை ஆலவட்டம் சுழல - சத்திய சாமரங்கள் வீச-அன்னை சுதந்தர தேவி கொலுவீற்றிருக்கப் போகிறாள் என்று சொல்லிடக் கேட்டோம். சிந்தை குளிர்ந்தோம். தேவியும் வந்தாள், வான் முட்டும் வந்தே மாதர கோஷத்துடன்! தேவி-சுதந்தரதேவி - அகண்ட கண்களை விசாலமாக்கி அருகிருக்கும் அன்பர்களை அருள்பாலித்து அரியாசனத்தமர்ந்தாள்.

தேவிக்குப் படையல்...... பூஜைக்குத் தயார் என்று பூஜாரிகள் எழுந்தோடினர். மணி முழங்கிற்று, மந்திரங்கள் ஒலித்தன. ஆசியாவின் மாணிக்கம் அகில இந்தியாவின் முடிசூடா மன்னர் தேவியின் பிரதம குருக்கள் பண்டிதநேரு பூஜா சாமான்களுடன் வந்தார். 'ஏற்றுக்கொள் தாயே' என்று படையலைக் காட்டினர். பார்த்தாள் தாய். பட படவென அடித்துக் கொண்டது அவள் இதயம். பளிச்சிடும் மின்னல் கண்டதுபோல் கண்ணை மூடிக் கொண்டாள்.

பழு எலும்பு புறப்பட்ட பஞ்சைகள். பார்வை மங்கிப்போன பசிகாரர்கள், குடல்கருகிய குழந்தைகள்.

செத்துக்கொண்டிருக்கும் ஜீவன்கள். "இறப் புலகில் இன்பம் காண்போம்" என்று இவ்வுலகை வெறுத்த பிணக்குவியல்கள் சோறு கிடைக்காதவர் - சுகம் தெரியாதவர் - இப்படி ஒரு படையல்.

சிறைக்கோட்டம், அங்கே செம்மறியாடுகள் போல அடைக்கப்பட்டிருக்கும் 'இந்தியப் பிரஜை' கள். செக்கிழுக்கும் மாடுகளென மனிதர்கள் இப்படி ஒரு விருந்து தேவிக்கு!

தடுப்புக்காவல் சட்டம்-வகுப்புவாரி உரிமைக்கு வைத்த கொள்ளிக் கட்டை எழுத்துரிமைக்கு போடப்பட்ட முள்வேலி பேசாதே என வாயைப் பொத்தும் இரும்புக் கரங்கள் - இப்படி ஒரு சாப்பாடு சுதந்திர அன்னைக்கு !

தேவி ஆடினாள் - கிடுகிடென ஆடினாள்-நடனமல்ல; நடுக்கத்தால் மிரண்டு ஆடினாள். அவள் சிங்காதனம் ஆடிற்று மேடை ஆடிற்று- பந்தலும் ஆட ஆரம்பித்துவிட்டது-ஏன் ஆடாது?

சுதந்திரம் சுவையான சொல் ஆயிற்றே... பொன் கூண்டில் அடைபட்டிருப்பதை விட மண் தரையில் உலவுவது மேல் என்பார்களே - அவ்வளவு சோபிதமான வார்த்தையல்லவா சுதந்திரம் - அதை சோக வார்த்தை ஆக்கிவிட்டார்களே; சுக மண்டபத்தைச் சூது சுரங்கமாக்கிவிட்டார்களே; சுழன்றன கேள்விகள்.

கேள்விகளா அவை...... சூறாவளிக் காற்று! ஆட ஆரம்பித்த பந்தல் அடியோடு விழுவதற்குப் புறப்பட்ட புரட்சிப் புயல்.

அதோ.. எத்தனை தூண்கள் விழுந்துவிட்டன. கிரபளானி- கோஷ் - பிரகாசம் - ஓமாந்தூரார் காணவில்லை தொண்டாற்றும் இந்தத் தூண்களை! நாடு துன்பக்கேணியான பிறகும் தேவிக்குப் படையல் செய்யும் துன்மார்க்க முறையை தொடர் கதையாக்க விரும்பாதவர்கள் வெளியேறிவிட்டனர். எத்தனை ஆண்டுகள் வாழ்ந்தால்தான் என்ன, நல்லவர்கள் வெளியேறிவிட்ட பிறகு நாங்களும் இருக்கிறோம் என்று எந்தக் கட்சியாலும் நடித்துக் கொண்டிருக்க முடியாது இது காங்கிரஸ் கட்சிக்கு விதிவிலக்கல்ல. தேசீயப்பந்தல் ஆட

ஆரம்பித்து விட்டது. புயல் வீசுகிறது. மழை கொட்டுகிறது. பந்தல் விழத்தான் போகிறது. விழுந்து விட்டபிறகு நிச்சயமாக நிமிர்த்தி வைக்க முடியாது.

இந்தப் பந்தல் சேலத்து தி. மு. கழக மாநாட்டில் விழுந்த பந்தல் அல்ல. பகலிலே பந்தல் விழுந்தது மாவீரர் கூடினர். மாலையில் அதே பந்தலில் மாநாடு துவங்கியது. தி.மு. கழகத்தார். சொல்வீரர் மட்டுமல்ல; செயல்வீரர் என்பதையும் காட்டிக்கொள்ள விழுந்தது அந்தப் பந்தல். காங்கிரஸ் பந்தல் எவராலும் தூக்கி நிறுத்த முடியாத அளவுக்கு-காந்தியாரே திரும்பி வந்தாலும் காப்பாற்ற முடியாத அளவுக்கு-சாயப் போகிற பந்தல்.

ஆடும் பந்தலுக்குள்ளிருந்து அதிகார வேட்டுக் கள் கிளப்புகிறார்கள் - ஆணவமொழி பேசுகிறார்கள் -அடக்குமுறை வீசுகிறார்கள்-நாம் அவர்களுக்கு முதலில் நினைவுபடுத்துகிறோம். பந்தல் ஆடுகிறது; விழப்போகிறது - பார்த்து நடவுங்கள் என்று !

கருகிடும் மொட்டுக்கள்!

இளந்தளிர்! கொழுந்து! பசலைப்பெண்! ஒன்பது வயது நிறைந்த சிறுமி! ஒருவீட்டிலே வேலைக்காரி வேலை அவளுக்கு. அவளுக்கு எஜமானர்கள் இரண்டுபேர். அந்த ஒன்பதுவயது சிறுமியின் மீது எழுபத்திரெண்டு காயங்கள்! வேலையிலே தவறும்போதெல்லாம் அவள் அப்படி தண்டிக்கப் பட்டிருக்கிறாள். அடிக்கப்பட்டிருக்கிறாள். சுடப் பட்டிருக்கிறாள். எழுபத்திரெண்டு காயங்களும் நீதிமன்றத்திலே பேச ஆரம்பித்தன. இரண்டு எஜமானர்கள் மீதும் வழக்கு நடைபெற்றது இருவரும் தண்டிக்கப்பட்டிருக்கிறார்கள்.

இந்த நிகழ்ச்சி கொளும்பிலே நடைபெற்றிருக்கிறது. குழந்தை பெண்ணின்மீது எழுபத்திரெண்டு காயங்களை உண்டுபண்ணியிருக்கிறார்கள் என்றால் மனிதத் தன்மைக்கும் அவர்களுக்குமுள்ள தொடர்பு எவ்வளவு மோசமாக அறுந்துவிட்டது என்பது தெளிவாகிறது. கொளும்பிலே கோர்ட் நல்ல தீர்ப்பு வழங்கியிருக்கிறது. ஆனால் சமுதாயம், அந்த நல்ல தீர்ப்பை அவதிப்படுகிறவர்களுக்கு வழங்கி யிருக்கிறதா என்றால் நிச்சயமாக இல்லை என்ற பதில்தான் கிடைக்கிறது. கொளும்பிலே மட்டுமல்ல இந்தக் கொடுமை! நாம் வாழும் இடத்திலே அதைவிடப் பெரிய கொடுமைகள் அகோர நர்த்தனமாடுகின்றன. கொளும்பிலே சிறுமியின் ரத்தம் கொட்டப்பட்டிருக்கும் - இங்கேயோ எலும்புகளே முறிக்கப்பட்டுவிடுகின்றன. கொளும்புக் கோரம் வெளிவந்த செய்தி! வெளிவராத செய்திகள் ஆயி ரக் கணக்கில் உள்ளன இங்கே! கொளும்பு சிறுமி கோர்ட்டுக்குக் கொண்டு செல்லப்பட்டாள். நீதி மன்றத்துக்குச் செல்லாத வழக்குகள் எத்தனை எத்தனையோ இங்கு! கிராமங்களிலே பண்ணைக்காரர் களின் வீடுகளிலே பார்க்கமுடிகிறது நம்மால், கொளும்புக் கொடுமையை!

மாட்டுக்காரர்களாக-கூப்பிட்ட குரல் கேட்கும் வீட்டுக் கூலிகளாக - அடிமைப்பட்டுக் கிடக்கும் ஆதிதிராவிட சிறுவர்களை அந்தச் சீமான் வீடுகளிலே காணமுடிகிறது. கொளும்புச் சிறுமியைப் போல அவர்கள் வதைக்கப்படுவதையும் காணமுடிகிறது. சிறு குற்றம் செய்திருப்பான்; மரத்திலே கட்டிவைத்து மண்டையைப் பிளப்பார்கள். சாட்டையை ரத்தத்தில் நனைப்பார்கள். எலும்புகளைப் பிய்த்துவிடுவார்கள். எத்தனை காரமான வசைவுகள் எத்தனை கடுமையான தாக்குதல்கள். யார்மீது? இளைஞர்கள் மீது! ஏழு, எட்டு, ஒன்பது என்ற வயதுள்ள சிறுவர்கள்மீது! நடக்கிறது இங்கே இந்த நாசம். கேட்பாரில்லை இவைகளை!

கொளும்பிலேகூட கோர்ட்டுக்குள் போய்த் தான் நீதிபெற முடிந்தது. இங்கோ கோர்ட்டுக்குப் போக முடியாதவர்களாக இருக்கிறார்கள். கொளும்பிலே -இங்கே-ஏன், எங்குமே, இந்தக்கொடிய செய்கை நடைபெறாமலிருப்பதற்கு வழிவகுக்கப் படவேண்டும். அரசாங்கம் அதற்கான செயல்களில் ஈடுபடவேண்டும். நமது அரசாங்கமோ இப்போது தான் நெசவாளர் அறப்போரிலே பத்துவயது சிறுவன் ஒருவனைக் குருதியிலே மிதக்கவிட்டிருக்கிறது இது குழந்தைகளைக் காப்பாற்ற முன் வருமா? கருகிடும் மொட்டுக்களுக்குப் புதுமலர்ச்சி அளிக்குமா?

★ ★ ★